INSIGHT PUBLICA

INSIGHT PUBLICA®

Nadakkavu, Kozhikode, Kerala
Tel:0495–4020666
www.insightpublica.com
e-mail: insightpublica@gmail. com

Vasoori Poothappol

(Malayalam Poems)

Dr. T. Jayakrishnan

First Edition: August 2018

ISBN 978-93-87398-38-2

Printed and Published by
InsightinPublica Printers and Publishers Pvt Ltd.

വസൂരി പൂത്തപ്പോൾ

ഡോ. ടി. ജയകൃഷ്ണൻ

INSIGHT PUBLICA

കണ്ണൂർ ജില്ലയിലെ തളിപ്പറമ്പിനടുത്ത് കുവേരിയിൽ ജനനം.

ഗാന്ധിയനായിരുന്ന ആര്യവൈദ്യൻ ടി കണ്ണന്റേയും നാരായണിയുടെയും മകൻ. മെഡിക്കൽ ബിരുദവും ബിരുദാനന്തര പഠനവും കോഴിക്കോട് മെഡിക്കൽ കോളേജിൽ. കേരളത്തിലെ വിവിധ സർക്കാർ മെഡിക്കൽ കോളേജുകളിൽ അധ്യാപകനായി പ്രവർത്തിച്ചിട്ടുണ്ട്. ഇപ്പോൾ കോഴിക്കോട് മെഡിക്കൽ കോളേജിൽ കമ്യൂണിറ്റി മെഡിസിൻ വിഭാഗത്തിൽ അഡിഷണൽ പ്രൊഫസർ ആണ്.

കോഴിക്കോട് മെഡിക്കൽ കോളേജിലെ എൺപതുകളിലെ വിദ്യാഭ്യാസ കാലത്തും തുടർന്നും സിനിമ-കല-സംസ്കാരിക പ്രവർത്തനങ്ങളിൽ സജീവപങ്കാളിയാണ്. പരിയാരം, തൃശ്ശൂർ, കോഴിക്കോട് മെഡിക്കൽ കോളേജുകളിൽ സ്റ്റാഫ് എഡിറ്റർ ആയി പ്രവർത്തിക്കുകയും അവാർഡുകൾ ലഭിക്കുകയും ചെയ്തിട്ടുണ്ട്. (ബാങ്ക് മെൻസ് ക്ലബ്ബ്, മനോരമ അവാർഡുകൾ)

മെഡിക്കൽ കോളേജിലെ അധ്യാപനം, ഗവേഷണ പ്രവർത്തനങ്ങൾക്ക് പുറമേ ഹെൽത്ത്-ആക്ടിവിസവും, സംസ്കാരിക-സാമൂഹ്യ പ്രവർത്തനങ്ങളുമുണ്ട്. നാഷണൽ, അന്താരാഷ്ട്ര മെഡിക്കൽ ജേർണലുകളിൽ മുപ്പതിലധികം ഗവേഷണ പ്രബന്ധങ്ങളും കേരളത്തിലെ പ്രമുഖ പത്ര മാസികകളിൽ നൂറിലധികം ലേഖനങ്ങളും പ്രസിദ്ധീകരിക്കപ്പെട്ടിട്ടുണ്ട്. കേരള ആരോഗ്യത്തെ വിഷയമാക്കി '60 കഴിഞ്ഞ കേരളത്തിന്റെ ആരോഗ്യ ചിന്തകൾ' പുസ്തകം പ്രസിദ്ധീകരിച്ചിട്ടുണ്ട്. കഥകളും, കവിതകളും, കുറിപ്പുകളും വിവിധ ആനുകാലികങ്ങളിലും മെഡിക്കൽ കോളേജ് മാഗസിനുകളിലും പ്രസിദ്ധീകരിക്കപ്പെട്ടിട്ടുണ്ട്.

ജീവിത പങ്കാളി: ഡോ. ജീജ - മഞ്ചേരി ഗവ: മെഡിക്കൽ കോളേജിൽ ഫാർമക്കോളജി വിഭാഗം പ്രൊഫസറാണ്.

മകൻ: ഡോ. തേജസ് ജയകൃഷ്ണൻ മകന്റെ ഭാര്യ: ഡോ. വിദ്യ

വിലാസം: 'നെസ്റ്റ്' കൊച്ചിൻ ബേക്കറിക്ക് സമീപം,
ചേവായൂർ, കോഴിക്കോട്. Pin 673017.

ഫോൺ: 9447953005.
E mail: drjayakrishnant@yahoo.com

ഡോ. ടി. ജയകൃഷ്ണൻ

ആമുഖം

ജീവിച്ച് തീർത്ത കഴിഞ്ഞ് പോയ വർഷങ്ങളിൽ പല സമയങ്ങളിലെ ഇടവേളകളിൽ മനസ്സിലെവിടേയോ വിതക്കപ്പെട്ടുകയും പൊട്ടിമുളക്കപ്പെട്ടുകയും ചെയ്ത വരികളിൽ പലയിടങ്ങളിലായി പ്രസിദ്ധീകരിക്കപ്പെട്ടതും, കുറിച്ച് വെച്ചതോ ആയ കവിതകളിൽ ഭൗതികമായി വീണ്ടെടുക്കാനായവ സമാഹരിക്കപ്പെട്ട് വിരിഞ്ഞ വസന്തമാണ് ഇതിലെ കവിതകൾ. രചിച്ച പലതും ചിതലരിച്ച് പോകുകയോ, കൂടുമാറ്റങ്ങളിൽ നഷ്ടപ്പെട്ടുകയോ, ഉപേക്ഷിക്കപ്പെട്ടുകയോ, 'ആക്റി'വത്ക്കരിക്കപ്പെട്ടുകയോ ചെയ്ത് പോയിട്ടുണ്ട്.

മറ്റ് ചിലവ അലമാരകളിലെ തുറന്ന് നോക്കാത്ത /ദ്രവിച്ച് പൊയ്ക്കൊണ്ടിരിക്കുന്ന പുസ്തക പേജുകൾക്കിടയിൽ മറവികൾക്കും വാലൻ ക്ലുറകൾക്കൊപ്പം ഉറങ്ങുന്നുണ്ടായിരിക്കാം.

കവിതകളിൽ പലതും ജീവിതത്തിലെ വൈയക്തികവും സാമൂഹ്യവുമായ അനുഭവങ്ങളുടേയും അനുഭൂതികളുടേയും വേദനകളുടേയും വൈകാരിക പ്രതികരണങ്ങളായി അബോധമനസ്സിൽ പിറവി കൊണ്ടതാവാം- വസൂരിയിൽ ശരീരത്തിൽ പൊങ്ങുന്ന തിണർപ്പുകൾ പോലെ.

മനുഷ്യൻ ഒരു രാഷ്ട്രീയ മൃഗമാണെന്ന അരിസ്റ്റോട്ടലിയൻ സിദ്ധാന്തത്തിൽ "പ്രതികരണ ശേഷി നഷ്ടപ്പെട്ട സമൂഹം വെറുമൊരു ആൾക്കൂട്ടമായി അധപതിക്കുമെന്ന" ഉദ്ധരണി ചെറുപ്പത്തിലെ മനസ്സിൽ അടിവരയിട്ട് ഓർമ്മപ്പെടുത്തി വെച്ചിട്ടുള്ളതിനാൽ ചില കവിതകൾ രാഷ്ട്രീയവും സാമൂഹ്യപരവുമായ ചിന്തകളുടെ സാമൂഹ്യ പൂരണമായിട്ടുണ്ടാവാം.

ബാല്യം ചെലവിട്ട ഗ്രാമീണാന്തരീക്ഷത്തിന്റെ ഗൃഹാതുരത്വവും വായിച്ചറിഞ്ഞ കവിതകളും നേരിട്ടറിഞ്ഞ കവികളും (അയ്യപ്പൻ , ബാലചന്ദ്രൻ ചുള്ളിക്കാട്, സച്ചിദാനന്ദൻ) ബിംബകൽപനകളെ സ്വാധീനിച്ചിട്ടുണ്ടാകാം.

സാഹിത്യാഭിരുചി വളർത്താനും വായനയേയും ഭാഷയേയും രൂപപ്പെടുത്താനും കൂവേരി ജവഹർ സ്മാരക ഗ്രന്ഥാലയത്തിലെ പുസ്തകങ്ങളുടേയും ചർച്ചകളുടേയും പങ്കും അത് നിലനിർത്താനും പരിപോഷിപ്പിക്കാനും

മെഡിക്കൽ വിദ്യാഭ്യാസ കാലത്തെ കോഴിക്കോട് മെഡിക്കൽ കോളേജിലെ സംസ്കാരിക അന്തരീക്ഷവും, രാഷ്ട്രീയവും വളരെയധികം സഹായിച്ചിട്ടുണ്ട്.

മെഡിക്കൽ വിജ്ഞാനത്തിന്റെ വെളിച്ചത്തിൽ 'വസൂരി' ലോകത്തിൽ നിന്നും നിർമാർജനം ചെയ്തു ഇനി ഒരിക്കലും തിരിച്ച് വരാൻ സാധ്യമില്ലാത്ത രോഗമാണ്. ഈ സമാഹാരത്തിന്റെ പേരു് 'വസൂരി പൂത്തപ്പോൾ' എന്നതാണ്. അസാധ്യമായതും അസംഭവ്യവുമായ ചില ഓർമ്മപ്പെടുത്തലുകളുമാണ് കവിതകൾ..

നമ്മുടെ സ്വപ്നങ്ങൾക്കും പ്രതീക്ഷകൾക്കും വിപരീതമായി ലോകവും അതിലെ മനുഷ്യരും മാറിക്കൊണ്ടിരിക്കുമ്പോൾ ചില ഓർമ്മപ്പെടുത്തലുകൾ ആവശ്യമുണ്ട്. അങ്ങിനെയുള്ള ചില ഓർമ്മപ്പെടുത്തലുകളും കൂടിയാണ് ഇതിലെ കവിതകൾ..

എഴുതാനായി പ്രോത്സാഹനം നൽകുകയും എഴുതിയവയൊക്കെ ആദ്യ വായന നടത്തി പക്ഷപാതമില്ലാതെ വിമർശനം നടത്തുകയും ചെയ്യുന്ന ജീവിത പങ്കാളിയായ ജീജക്കും, എഴുതാൻ പ്രേരിപ്പിക്കുകയും ചെയ്യുന്ന മകൻ തേജസിനും നന്ദി.

ഈ കവിതകൾ 'വസൂരിപൂത്ത കാലം' എന്ന പേരിൽ പുസ്തകമാക്കി സമാഹരിച്ച് വായനക്കാരിൽ വസന്തം വിരിയിക്കാൻ സഹായിച്ച കോഴിക്കോട് ഇൻസൈറ്റ് പബ്ലിക്കേഷന് നന്ദി രേഖപ്പെടുത്തി കവിതകളെ വായനക്കാർക്കായി സമർപ്പിക്കുന്നു.

ഡോ. ടി. ജയകൃഷ്ണൻ

ഉള്ളടക്കം

മഴയുടെ ജനൽ കാഴ്ചകൾ

വിണ്ണിൽ
ജലകണങ്ങൾ ഘനീഭവിച്ച്
മണ്ണിൽ എഴുതപ്പെടുന്ന കവിതയാണ് മഴ

മനസ്സിൽ
ഭാവന ഘനീഭവിച്ച്
കടലാസ്സിൽ പെയ്തിറങ്ങുന്ന മഴയാണ് കവിത
-മനം കുളിർക്കുന്നു.

പുതുമണ്ണിന്റെ മണവും
പുതുകവിതയുടെ ചൂരും
തരിവളകൾ കിലുക്കുന്ന
പുത്തനുടുപ്പിട്ട മണവാട്ടികൾ
-നാണം കുണുങ്ങികൾ.

കാറ്റിൽ
ജാലകങ്ങളുടെ പാളികൾ മാറ്റി
ഓർമകളെ തിരയുന്ന മഴ
കാറ്റിൽ
'ഡയറി'യുടെ താളുകൾ മാറ്റി
ഇന്നലെകളെ തിരയുന്ന കവിത
-ഒരായിരം തിരമാലകൾ.

ബാല്യത്തിന്റെയും
ഗൃഹാതുരത്വത്തിന്റേയും കുന്നിൽചെരുവുകളിലെ
ചിറപൊട്ടിയ കുത്തിയൊഴുക്കുകൾ
വെള്ളച്ചാട്ടങ്ങൾ

-വള്ളിട്രൗസറിട്ട ഓർമ്മകൾ.
തോരാത്ത ഇറയത്തെ
തീരാത്ത വർത്താമാനങ്ങൾ...
ഇറവെള്ളത്തിൽ
ഒലിച്ചു പോകുന്ന കടലാസ്സ് തോണികൾ
തുളവീണ ശീലക്കുടയിലെ ആകാശക്കാഴ്ചകൾ.
-മറവിയുടെ ശീലങ്ങൾ-ശിലകൾ.

ഇടിമിന്നലിന്റെ കണ്ണാരം പൊത്തലുകളിൽ
മിഴിതുറക്കുന്ന തൊടിയിലെ നനഞ്ഞ കാഴ്ചകൾ..
ഇളവെയിലത്തണ്ണാരക്കണ്ണന്റെ കല്യാണങ്ങൾ
ആലിലകളിലുണ്ണിക്കണ്ണന്മാർ
-പ്ലാവിലെ കിരീടരാജാക്കന്മാർ
പുരപ്പുറത്ത് ചൊരിയുന്ന ആലിപ്പഴവർഷങ്ങൾ
കൊഴിഞ്ഞ പാൽപ്പല്ലുകളുടെ വിടവുള്ള ചിരികൾ
നനഞ്ഞൊലിച്ചുമ്മറത്തെത്തുമ്പോൾ
അമ്മതൻ ശകാരങ്ങൾ...

നൂൽപോലെ വഴികളും
ഞാഞ്ഞൂളുകളും
ഇഴപോലെ പിരിയുന്ന
നൂലിഴപോലെ ചൊരിയുന്ന മഴയിൽ

മഴയുടെ മഷി ജലം
കവിതയുടേതക്ഷരങ്ങൾ
മണ്ണും മനവും നിറയുന്നു
രണ്ടും കര കവിഞ്ഞൊഴുകുന്നു.
കടലാസിലേക്ക്;
കടലിലേക്ക്;
തുഴഞ്ഞക്കരയെത്താനാവാതെ
തർജ്ജമ ചെയ്യാനാവാതെ....
***
കവിത യെഴുതിക്കഴിഞ്ഞ മനവും
മഴപെയ്തൊഴിഞ്ഞ മാനവും
-തിരയൊഴിഞ്ഞ കടൽതീരം
ശാന്തം...... ●

മദ്ധ്യാഹ്നം

കുളം വറ്റിയപ്പോൾ
കുളത്തിലെ മീനിന്
നീന്തണ മെന്നാഗ്രഹം!

മണ്ണിലും
വിണ്ണിലും
കാറ്റിലും
വെയിലിലും
വാലിട്ടടിച്ച് പിടഞ്ഞ്, പിടഞ്ഞ്
ഒടുവിൽ
തന്നിലും...

പ്രസവത്തിൽ തന്നെ മരിച്ച
പിതാവാരെന്നറിയാത്ത
അവിവാഹിതയായ അമ്മയുടെ
മുലപ്പാലിനായ്
പിളർന്ന വായയുമായി
ആകാശം മുട്ടെ അലറിക്കരഞ്ഞ്
പിറന്ന ചോരയിൽ തന്നെ
തലതല്ലിമരിച്ച
അനാഥശിശുവിനെപ്പോലെ.

ചിറകരിയപ്പെട്ട
പക്ഷിയുടെ പറക്കൽ പോലെ
മണ്ണിൽ നിശബ്ദമായി ഉറങ്ങി..
'ആരോടും പരിഭവമില്ലാതെ'... ●

കലണ്ടർ കവിതകൾ

1 ജനുവരി

ഇനിയുള്ള എന്റെ ദിവസങ്ങൾ..
മുഖം കുത്തി വീഴുന്ന പൊരുത്തക്കേടുകളുടെ
തെറ്റുന്ന പടവുകളിലേക്ക്
തുറക്കുന്ന വാതിൽ
അശാന്തിയുടെ മുൾക്കിരീടവുമായി
വേനലിന്റെ മണൽ വഴികളിലൂടെ
പാദങ്ങൾ വിണ്ട് കീറുന്ന
പന്തം കൊളുത്തിയ ഘോഷയാത്രകൾ
മരുഭൂമിയിലെ
ഇലകൾകൊഴിഞ്ഞ്പോയ ഉണക്കമരത്തിന്റെ
നട്ടുച്ചത്തണലിലെ
പൊള്ളുന്ന സൗഹൃദങ്ങൾ
എണ്ണവറ്റിപ്പോയ കുത്തുവിളക്കിലെ
കരിന്തിരിയുടെ കണ്ണ് വറ്റിയ
പടിപ്പുരയിലെ വ്യർത്ഥകാത്തിരിപ്പുകൾ
ആറാം ഇന്ദ്രിയത്തിലൂടെ മാത്രം അനുഭവിച്ചറിയേണ്ടുന്ന
പ്രാണനപേക്ഷിച്ച കാമിനിയുടെ
കിളിവിട്ട കൂട്ടിലെ അനാഥപ്രണയങ്ങൾ
കൊടും തണുപ്പിലും ജ്വരമാപിനിയിലെ രസയൂപം
ഫണം പോലുയരുന്നു...
ശയ്യാമുറിയുടെ വാതിലടയുന്നതിന് മുമ്പേ
പുതുവത്സരംശസകൾ!!

2. ഏപ്രിൽ– ദുഃഖവെള്ളിയാഴ്ച

പരീക്ഷപ്പനിയുടെ പൊള്ളുന്ന ചൂട്
ഓർമ്മകൾക്ക് തുളകൾ വീഴ്ത്തുന്ന
പാഠങ്ങളോരോന്നും
ഉരുവിട്ട് പഠിക്കുമ്പോഴും
മറവികളിൽ തന്നെ തൂങ്ങിയാടുന്നു
ഇവിടെയൂദാസും
ഒറ്റുകൊടുക്കപ്പെട്ട യേശുവും ഞാൻ തന്നെ
കുരിശും ചുമന്ന് കാൽവരിയുടെ ചരിവുകളിലേക്ക്
പിലാത്തോസിന്റെ ളോഹപോലെ
വിരിച്ചിട്ട ഉത്തരക്കടലാസുകൾ!!
ശൂന്യം... എന്റെ യുദ്ധക്കളം
എന്നെങ്കിലും ഉയർന്തെഴുന്നേൽക്കുമോ?
ചരിത്രത്തിന്റെ പാഠം അതാണല്ലോ.

3. മെയ്

ഇപ്പോൾ വരൾച്ചയാണ്
ആഴക്കിണറുകളുടെ തൊണ്ട വരണ്ടിരിക്കുന്ന
എനിക്ക്
നിന്റെ സ്നേഹം നണച്ചിറക്കാനാവില്ല

നമുക്ക്
വർഷകാലം കാത്തിരിക്കാം
സ്നേഹത്തിന്റെ പ്രളയത്തിൽ
പരസ്പരം മുക്കിക്കൊല്ലാം!!

4. ജൂൺ

'ഹരിശ്രീ' പഠിച്ച് തുടങ്ങുന്ന എന്റെ മകൻ
'വെള്ളക്കൊച്ചേ-വെള്ളം താ' പാടി
സ്ലെയ്റ്റിൽ കമിഴ്ത്തി വെച്ച
ഇളംകൈപ്പടം മലർത്തുന്നു,
കൈവെള്ളയിൽ പെൻസിലിന്റെ ആണിത്തുളകൾ!
മുനയൊടിഞ്ഞ പെൻസിലുകൾ
നിലത്ത് മുഖംപൊത്തിക്കരയുന്നു.
എഴുത്തുകൾ രക്തത്തിലലിഞ്ഞ് പോകുന്നു

എഴുതാത്ത സ്ലെയ്റ്റിന്റെ മനസ്സുള്ള
മകനോട് ഞാൻ
പഠിത്തം നിർത്താൻ പറഞ്ഞു.
മാലാഖമാരെ കിനാവ് കണ്ട് മകൻ ഉറങ്ങി
പുഷ്പദലങ്ങളെപ്പോലെ മൃദുലമായ
അവന്റെ പുസ്തകത്താളുകളിൽ
അക്ഷരങ്ങളുണർന്ന്
ചിറകുവെച്ച്, പൂമ്പാറ്റകളായ് പറന്നുപോയി
ഉടഞ്ഞ സ്ലെയ്റ്റിന്റെ ചട്ടകൾ നാലും
ഉറങ്ങാത്ത എന്നെ തടവിലാക്കുന്നു
ഉറക്കത്തിൽ കിനാവ് കണ്ട് മകൻ
എന്റെ കിടക്ക നനയ്ക്കുന്നു
അടുക്കളയിൽ പൂച്ച
പാത്രങ്ങൾ തട്ടിയുടയ്ക്കുന്നു
ഭാര്യ രണ്ടാം പ്രസവത്തിന് ആശുപത്രിയിലാണ്
ഉറക്കത്തിന്റെ 'പൃപ്പ്' എന്റെ ഉറയൂരുന്നു

5. ആഗസ്റ്റ്

(മലയാളത്തിൽ കർക്കിടകം- രാമായണമാസം)
സീതയെ കാണാതായപ്പോൾ
ഞാൻ വേവലാതിപൂണ്ടു
അന്വേഷണത്തിന് നിയോഗിച്ച
ഹനുമാന്റെ വാലിൽ
ഞാൻ തന്നെയാണ് തീ കൊളുത്തിയതും
കത്തിയെരിയുന്ന ലങ്കയും ഞാൻ തന്നെയായി
കൈലക്ഷണം നോക്കിപ്പറഞ്ഞ
കൈനോട്ടക്കാരത്തിക്ക്
നന്ദിയും ദക്ഷിണയും നേർന്ന്
ഞാനെന്റെ വനകുടിലിലേക്ക് തിരിച്ചു

-ഒടുവിൽ ഞാൻ കണ്ടെത്തുന്നു
ആർക്കും മോഷ്ടിക്കപ്പെടാവാത്ത
എന്റെ സീത
എന്റെ ലക്ഷമണരേഖക്കുള്ളിൽ
തന്നെയുണ്ടെന്ന്

6. ഡിസംബർ

ഇന്ന് ക്രിസ്തുമസ് രാത്രിയാണല്ലോ..?
നിലാവിന്റെ മുലപ്പാൽ ചുരത്താത്ത
മുടിയഴിച്ചിട്ട ഇരുട്ടിൽ
ഹൈറോദേസിന്റെ ആയുധമേന്തിയ ഭടന്മാർ
'പൂതന'മാരായി അലയുന്ന
അലർച്ചയും കുതിരക്കുളമ്പടികളും
മാലാഖമാർ ചിറകൊടിഞ്ഞ് വീണതൊഴുത്തിൽ
ഇടയന്മാർ നഷ്ടപ്പെട്ട ആട്ടുകളുടെ കൂട്ടനിലവിളികൾ...
വിടരുന്ന ഗർഭാശയ മുഖത്ത് നിന്ന്
ശിശുക്കൾ പകച്ച് അണ്ഡവാഹിനിക്കുഴലിലൂടെ
ആദിയിലേക്ക് തിരിച്ചുപോകുന്നു
അൾത്താരയിൽ
സ്പന്ദനം നിലച്ച്പോയ തന്റെ വീർത്ത അടിവയറുമായി
മറിയം ജോസഫിനെ കെട്ടിപ്പിടിച്ച്
വാവിട്ട് കരയുന്നു
വ്യഭിചിക്കപ്പെട്ട കുരിശ്
ചങ്ങലയിട്ട് ശവംപോലെ
പാപികളുടെ തെരുവിലൂടെ
വലിച്ച് കൊണ്ടുപോകുന്നു-നരകവാസികൾ
കാപട്യത്തിന്റെ വെയിലിൽ
തന്റെ അഴുക്ക് വസ്ത്രങ്ങളലക്കിയുണക്കി
വെളുത്തളോഹയണിഞ്ഞ്
പിലാത്തോസ് വിശുദ്ധനാകുന്നു
ഞാനെന്റെ ക്രിസ്തുമസ് നക്ഷത്രത്തിന്റെ
വെളിച്ചമണക്കട്ടെ. ●

കോളകളുടെ നാനാർത്ഥങ്ങൾ

"പെരുമ്പറ മുഴങ്ങിയപ്പോൾ
ഭൂമിയിൽ എല്ലാം ഒതുങ്ങി കഴിഞ്ഞിരുന്നു.
യഹോവ ഭൂമിയെ അനകോൽഡയിലെ
കൊക്കകോള കമ്പനിക്കും
ഫോൾഡ് മോട്ടോർസിന്നും,
മറ്റ് ദേവ ഗണങ്ങൾക്കുമായി
വീതിച്ച് പൊതിഞ്ഞ് കൊടുത്തു."

നെരുദ

കോളകൾ
പകൽ വെളിച്ചത്തും
പാതിരാ വെട്ടത്തും
മേശപ്പുറത്ത് കയറി
വെല്ലുവിളിയോടെ
വായന്നുണിറങ്ങി
വയറ്റിലെത്തുന്ന
വിളിക്കാതെത്തുന്ന വിരുന്നുകാരൻ

കോളകൾ
മണ്ണിന്റെ ഉറവകളുടെ 'കറവ' വറ്റിക്കുന്ന
കാളിയൻ
ഭൂമി വിഷമയമാക്കുന്ന
'പൂതന പുത്രൻ'.

കോളകൾ
കൂട്ടിക്കൊടുപ്പുകാർക്കും
ആരാച്ചാർക്കുമൊപ്പം
കപ്പം പങ്കിട്ടെടുക്കുന്നവൻ.
ദാഹത്തിന്റെ അവിഹിത പിതൃത്വം ഏറ്റെടുത്ത്
വർണ്ണത്തൊപ്പികൾ വെച്ച
കുപ്പികളിൽ പെറ്റു പെരുകി
വെള്ളത്തെ വർണ്ണങ്ങളിലേക്ക്
വിവർത്തനം ചെയ്യുന്ന
അശ്ലീലകവികളുടെ
പുതിയ വംശാവലികൾ.

കോളകൾ
നിറം പിടിപ്പിച്ച 'ഗോസിപ്പു'കൾ
പറയുന്ന ലിപ്സ്റ്റിക് ചുണ്ടുകൾ.
നാണവും ശൃംഗാരവും ഒന്നിച്ചഭിനയിക്കുന്ന
അർദ്ധ നഗ്നയായ നടി.
ക്ലബ്ബാറിലും, ഹോട്ടൽ മുറികളിലും
നിരങ്ങിയിറങ്ങുന്ന അഭിസാരിക.
മദ്യത്തിനും, മദിരാക്ഷികൾക്കുമൊപ്പം
നൃത്തം ചവിട്ടുന്നവൾ.
ഫ്രിഡ്ജിലും, ഫ്രീസറിലും
ഇറച്ചിക്കും, പാലിനുമൊപ്പം
ഐസ് മെത്തകൾ പങ്കിട്ടെടുക്കുന്നവൾ.

കോളകൾ
കണ്ണാടിക്കൂടുകളിൽ കയറി
പല്ലുകൾ വെളുക്കെ ചരിച്ചു കാട്ടി
വിവാഹ ഫോട്ടോകളിൽ കയറിക്കൂടുന്ന
സ്ത്രീധനം പങ്കു പറ്റുന്ന 'ദല്ലാൾ'.

കോളകൾ
ഗാലറികളിൽ
More... More എന്ന് വിളിച്ച് കൂവി
നുരഞ്ഞ് പൊങ്ങുന്ന
ആർത്തിക്കാരൻ... കാമാർത്തൻ.

അമ്പലപ്പറമ്പുകളും
മൈതാനങ്ങളും അടക്കി വാഴുന്ന
'All Rounder'
നാണയങ്ങൾ ബൗണ്ടറികൾ കടത്തി
സെഞ്ചുറികൾ നേടുന്ന
മികച്ച ബാറ്റ്സ്മാൻ
'Man of the match'

കോളകൾ
ഭൂമിക്കിടയിൽ തുരങ്കങ്ങൾ പണിയുന്ന
ബഹുരാഷ്ട്ര ഭീകരർ. ●

തേളുകൾ

(കോളകവിതയുടെ മറുകവിത)

തേളുകൾ
വൃശ്ചികരാശിയിൽ മുൾക്കിരീടവുമായി പിറന്നവർ
ജന്മംകൊണ്ട് പിന്നിൽ വിഷം പേറുന്നവർ
ഇറക്കല്ലിന് ഇടയിൽപ്പോലും
ഒളിക്കാൻ ഇടംകിട്ടാത്തവർ
ഇരുട്ടിനോടൊപ്പം
ഉറങ്ങാതെ നേരം വെളുപ്പിക്കുന്നവർ
കറമ്പൻ
ആദിവാസി.

കുറ്റാക്കൂരിരുട്ടിൽ പതിയിരുന്ന
പിന്നാമ്പുറത്ത് കൂടിവന്ന്
കാലിൽകുത്തി
കല്ലുകളുടേയും മുള്ളുകളുടേയും
ഇരുട്ടിലേക്ക്
പിന്നോട്ടിഴയുന്ന നിരക്ഷരർ.
തേളുകൾ ഒന്നും നേടുന്നില്ല
ഇരയുടെ സഹചാരിയാൽ
വധിക്കപ്പെടുക എന്ന തന്റെ തലവിധിയൊഴികെ.
തേളുകളുടെ വഴി
അജ്ഞാതം
കോട്ടകളോ തുരങ്കങ്ങളോ പണിയുന്നില്ല

തേളുകൾ
നിന്നിടത്ത് തന്നെ
റൺ ഔട്ട് ആകുന്ന വട്ടപൂജ്യർ. ●

സമ്മാനം

കണ്ണ് തുറന്നപ്പോൾ
മുന്നിൽ
മുടി അഴിച്ചിട്ട നിലാവിൽ
നീ....

മനസ്സ് നിറയെ
ഒരു കുടന്ന പൂക്കുല
വിരിഞ്ഞ് നിൽക്കുന്നു.

അതടർത്തിയെടുത്ത്
നിനക്ക് സമ്മാനിക്കുമ്പോഴേക്കും
ഇരുളുകളൊന്നൊന്നായി കൊഴിഞ്ഞ് വീണു.
ഇനി-
കരഞ്ഞ് കണ്ണീരൊഴുക്കരുത്.
അത്
നിന്റെ കണ്ണീർപ്പൂക്കളാണെന്ന് ഞാനറിഞ്ഞിരുന്നില്ല.

തിര

അക്കരയിക്കരെയുള്ള നമുക്ക് ഇടയിൽ
സമയദൂരത്തിന്റെ 'സമുദ്രജലപരിധി'
ഇടിമിന്നലുകളുടെ ഇമവെട്ടത്തിൽ
നിന്റെ കണ്ണുകളിൽ എണ്ണിയാലൊടുങ്ങാത്ത തിരയിളക്കം;
എന്റെ സിരകളിൽ പതഞ്ഞ് പൊങ്ങുന്ന
കടൽ കുടിച്ച് തീർക്കാനുള്ള ദാഹാർത്തി.

ഉയർന്നമരുന്ന നെഞ്ചിനും നിശ്വാസങ്ങൾക്കുമൊപ്പം
കാറ്റടിച്ചു... കോളുയർന്നു.
കയറഴിഞ്ഞ എന്റെ തോണി- ഒഴുകി
നിന്റെ കരക്കെട്ടുത്തു- ഴുഴകളില്ലാതെ.
'കരക്കണഞ്ഞതല്ല തളച്ചതാണെന്നും
തോണിയല്ലിതുയാഗാശ്വമാണെന്നും' നീ-
നരഞ്ഞ് പൊങ്ങിയ ജലതലത്തിൽ
തിരയടിച്ചു... നിലംകുതിർന്നു, തീരമടർന്നു
കരവലയത്തിൽ കരകളൊന്നായി
ഞാൻ നിന്നിലും
നീ എന്നിലും
സ്പർശനങ്ങളിൽ, ഘർഷണങ്ങളിൽ
ഉയർന്ന ചൂടിന്റെ കൈക്കുടന്നയിൽ
ഉയിർന്ന ജലം മുഴക്കമെഴമേഘങ്ങളായി
ഘനീഭവിച്ചവ ഭൂമിയിലേക്ക്....
നിന്നിൽ
എന്നിൽ
നമ്മിൽ നിർത്താതെ പെയ്തിറങ്ങി.

ഒടുവിൽ-
പെയ്തൊടുങ്ങിയപ്പോൾ
നഗ്നമായ വിജനമണൽ തീരത്ത്
നനഞ്ഞ് കുതിർന്ന നമ്മൾ മാത്രം
(വിയർപ്പ് ചാലുകളിൽ)
നാണം വന്നനീ, ഉറക്കമെടുത്തു പുതച്ച് കിടന്നു.

വിളക്ക് തിരിയണഞ്ഞത് പോലെ
മണൽ തരികളുടെ ഭൂഗർഭത്തിലേക്ക്
മറഞ്ഞ് സമുദ്രജലവും...
തീരങ്ങളിൽ നമ്മൾ കെട്ടിമറഞ്ഞ തിരകളും
മണൽപ്പരപ്പിലെ പാടുകളായി!
നിന്റെ നിമ്നോന്നത പ്രതലങ്ങളിൽ
എന്റെ
ആരോഹവരോഹണങ്ങളുടെ
വിരൽ പാടുകൾ പോലെ

പ്രണയ ജീവിതത്തിലെ
ഞൊടിയിടയിൽ തിരശ്ശീല താഴ്ത്തുന്ന
നിന്റെ 'പിണക്ക നാടക'ത്തിന്റെ
മിന്നലൊളിയായിതും മറഞ്ഞിടാം.
നമുക്കിത് മറക്കാനാവില്ലല്ലോ? ●

ഹാപ്പി റ്റു ബ്ലീഡ്

നിനച്ചിരിക്കാതെ
ദിവസം തെറ്റി വന്ന്
നെറ്റിയിലെ പൊട്ട് പോലെ
അടിവസ്ത്രത്തിന്റെ അതിർത്തികൾ കടന്ന്
നെറുകയിലെ സിന്ദൂരമായി
'നൈറ്റി' നനപ്പിക്കുന്ന രാത്രിയിൽ.
ഞാനെന്റെ പൂച്ചയോടൊപ്പം
കിടക്കയിൽ പെറ്റിട്ട സ്വപ്നങ്ങളിൽ
നനയാതെ മുങ്ങിനിവരട്ടെ? ●

നാടകാന്ത്യം

കൈവെള്ളയിൽ ഞെരിഞ്ഞമർന്നത്
ചെമ്പരത്തിപൂവല്ല
മിടിക്കുന്ന ഹൃദയമായിരുന്നുവെന്ന് കവി (ആത്മഗതം).

അത്
കരയിലെ മരപ്പൊത്തിലായിരുന്നുവെന്ന്
മുതലപ്പുറത്ത് കയറിയ കുരങ്ങൻ സംശയം

അരിഞ്ഞെടുത്ത രക്തമിറ്റിവീഴുന്ന
ചെവിയായിരുന്നു വെന്ന് ചിത്രകാരൻ കാമുകൻ (വാൻഗോഗ്)

എസ്.എം.എസ്. സന്ദേശം വന്ന
പിടക്കുന്ന മൊബൈലാണെന്ന്
കിളിവചനം ഗായകൻ.

പ്രാണന്റെ കൈയ്യൊപ്പോട് കൂടി
കടലാസ് ചിറകടികളെന്ന്
കത്ത് നൽകിയ പോസ്റ്റ്മേൻ.

മത്സ്യം വിഴുങ്ങിയ
'മറവിയുടെ മോതിര' മെന്ന്
നാടകവും. ●

പേനയും ചത്തകവിതയും

നിനക്ക്
കവിത എന്താണെന്ന്
പറഞ്ഞ്തരാൻ തുടങ്ങുമ്പോഴേക്കും
അത് എന്നിൽ നിന്നും തുളുമ്പിപോയിരുന്നു
നിന്നിലേക്ക്
വരികൾ എന്താണെന്ന്
പകർത്താൻ തുടങ്ങുമ്പോഴേക്കും
അതിന്റെ നിറകുടം വീണുടഞ്ഞിരുന്നു.

നിനക്ക്
ഞാനാരാണെന്ന്
വെളിവാക്കാൻ ശ്രമിക്കുമ്പോൾ
വെളിപാടുകളുടെ 'കറന്റ്' 'കട്ട്' ആയി
ഇരുട്ട് നിറഞ്ഞിരുന്നു.

ഒടുവിൽ തട്ടിയുടഞ്ഞ മഷിക്കുപ്പിയും
മേശമേൽ നീലത്തടാകവും
മുനയൊടിഞ്ഞ പേനയും
മറവിയുടെ പേജുകളിൽ പോയ് മറിഞ്ഞ 'മഷികാലടയാളങ്ങളും'

വരികൾക്കിടയിൽ...
നീ- എവിടെയാണ്?
ഞാനാരാണ്?
കവിതയെന്താണ്...?

*

മേശമേൽ നീലത്തടാകം
ചത്ത് പൊങ്ങിയ പേന.
അർത്ഥം പിടികിട്ടാത്ത കയങ്ങളിൽ മുങ്ങിപ്പോയ
അവസാന ശ്വാസങ്ങൾ.
മുനയൊടിഞ്ഞ 'നിബ്ബിൻ' കരകളിൽ
അനാഥരായി അലമുറയിടുന്ന അക്ഷരങ്ങൾ
വരികളുടെ കയർ പൊട്ടിയ പായ്ക്കപ്പലുകൾ
ഒഴുകിനടക്കുന്ന കബന്ധങ്ങളായി
ചിന്നിചിതറിയ ബിംബകല്പനകൾ ●

കവിതകൾ കൊണ്ടെന്ത് പ്രയോജനം?

എഴുതുവാൻ പേന തേടി
വാക്കിന്റെ വളഞ്ഞ വഴികളിലൂടെ
ഞാനെത്തിയത്
മഷിയുടെ നീലപ്പൂക്കൾ നിറഞ്ഞ് നിന്ന
ശവപ്പറമ്പിലായിരുന്നു

ചികഞ്ഞ മണ്ണിന്റെ മണം- മരണഗന്ധം.
പേടകം പോലെ ഗർത്തം.
കോട്ടകളുടെ ചരിത്രത്തിലെ
ഒറ്റക്കണ്ണൻ പീരങ്കികൾ;
തുളവീണ കണ്ണുകൾ,
പാതാളക്കരണ്ടികൾക്കുമക്കരെ
പേനയുടെ ഒരു തുരുമ്പും പിടികിട്ടിയില്ല.
മോതിരവിരലിൽ കുരുങ്ങിയ നാരുകൾ
ജീവിത ശേഷിപ്പുകൾ,
നാരുകളുടെ നൂലിഴകീറി
കീറച്ചാക്കിന്റെ ഇരുളുകളിൽപ്പറ്റി
മഷിയുടെ മണം പിടിച്ച്
'പെറുക്കിച്ചെറുക്കനെ' തിരഞ്ഞ് ഞാനെത്തിയത്
നഗരമദ്ധ്യത്തിലെ
ആശുപത്രിക്കിടക്കയിലായിരുന്നു..

ഉറക്കം പോലെ നീളുന്ന ഇടനാഴികൾ!
മരണ വഴികൾ, നിസ്സംഗമായ വാർഡുകൾ,

നേഴ്സുമാർ, അവജ്ഞ നോട്ടങ്ങൾ,
കാറ്റിൽ തുറന്ന് പോയ ജനാലകൾ,
കറങ്ങുന്ന പങ്കകൾ, വവ്വാൽ ചിറകടികൾ,
ഒടിഞ്ഞ കട്ടിലുകൾ, ഒടിയൻ കാലുകൾ,
'മഷി ഛർദ്ദിച്ച്' മരിച്ചവന്റെ കിടക്കവിരി
നനഞ്ഞ് വിറച്ച് കിടക്കുന്നു.

'അസാധാരണ മരണമെന്ന്' കുറിപ്പെഴുതിയ
അവന്റെ ജഡം മോർച്ചറിയിൽ.
പോസ്റ്റ്മോർട്ടത്തിലൂടെ
ചത്തവന്റെ ആമാശയത്തിൽ നിന്നും
ദഹിച്ചു പോകാത്ത
പേന ഞാൻ വീണ്ടെടുത്തു.
'ആക്രി'ക്കാർ അടിച്ചൊതുക്കി
ചതക്കാത്ത രൂപത്തിൽ തന്നെ
'തൂക്കിലേറ്റിയവൻ-
നെഞ്ചിലടക്കിയ ആശയം പോലെ'.

വിട്ടുവരാന്തയിൽ
എഴുതിത്തീർത്ത കവിതകൾ മുഴുവനും
(എഴുതിതീർക്കാത്തതും)
മടക്ക തപാലിൽ വന്ന തുറക്കാത്ത കവറുകളും
'കടലാസ്സ്' കച്ചവടക്കാരന് തൂക്കിവിറ്റ്
അവന്റെ 'തുട്ടുകൾ' ഏറ്റുവാങ്ങിയപ്പോൾ
വക്രിച്ച ചിരിയിൽ
കവിത വിരിഞ്ഞു.
മുറ്റത്തെ മുല്ലയും. ●

സമർപ്പണം

'12-ാം പേജിനും 13-ാം പേജിനുമിടയിൽ ആത്മഹത്യ വരിച്ച്' എന്റെ വെള്ളി മത്സ്യത്തിന്റെ ഓർമ്മയിലേക്ക് ഈ പുസ്തകം വലിച്ചെറിയുന്നു. എന്ന് കവിതയെഴുതി- പുസ്തക സഞ്ചിതൂക്കി ഹോസ്റ്റൽ മുറികളിൽ കയറി യിറങ്ങിയിരുന്ന, പുസ്തക പ്രസിദ്ധീകരണത്തിനായിറങ്ങിതിരിച്ച് 'കടം' കയറി ഒടുവിൽ 21.8.03 ന് മരണത്തിന്റെ പട്ടികയിലേക്ക് നടന്നുകയറിയ ഷെൽവി(മൾബറി)യുടെ ഓർമ്മക്ക്.

രണ്ട് മലയാളം കവിതകൾ

ഒന്ന് – മലയാളം മിണ്ടിപോകരുത്

മലയാളം = മംഗ്ലീഷ്
ഹരിശ്രീയുടെ നാവ്, മടിത്തട്ട്
എഴുത്താണിയുടെ ലായം, പായ, തലയിണ
ചെന്നിനായകത്തിന്റെ കയ്പറിയാത്ത മുലപ്പാൽ
പിച്ചവെച്ചതും, തപ്പിത്തടഞ്ഞ് വീണപ്പോൾ
'അമ്മ' യെന്നെടുത്ത് ഉമ്മവെച്ചതും, ഉരുവിട്ടതും
'ആന' യെന്നമ്മുറ പുറത്തേറിയതും, എഴുതിയതും
ഇറവെള്ളത്തിൽ കപ്പലോടിച്ചതും,
കിടക്കപായയെ ഈറനണിയിച്ചതും
ഉത്തരം എത്തിപ്പിടിച്ചതും, ഊഞ്ഞാലാടിയതും

മലനോളം അലകടൽ!!
-MALA'Y'ALAM-
'Y'യുടെ ഇരുത്തട്ടിലും ഒരേതൂക്കം.
എന്തൊരു പ്'ത്രാസ്'?
-ആറന്മുളകണ്ണാടിയിലെ മുഖം.
ഇടതും വലതും പങ്കിട്ടെടുക്കുന്ന
അയ്യഞ്ച് വർഷങ്ങൾ... ശരണമയ്യപ്പാ

സായിപ്പിന്റെ നാവിലെ വേവാത്ത ദോശ
ചൊറിച്ച് 'മല്ലി'യാലും, തിരിച്ച് മറിച്ചിട്ടാലും
'കുലുങ്ങാത്ത കേളൻ' – നാരായണ

‘Y’ യുടെ കിഴക്കും പടിഞ്ഞാറും
മലയും അലയും (MALA, ALAM)
ഇരുപുറവും തൂങ്ങിയാടുന്ന കാതിലോല ലോലാക്കുകൾ.
‘WHY?’ – ‘പെണ്ണായാൽ പൊന്ന് വേണം’

എഴുത്തച്ഛന്റെ ‘അകത്ത്’ ‘കാമ്പും’
പുറത്ത് കൂമ്പും, നിറച്ച് കായുമുള്ള (56 എണ്ണം)[1]
കുലച്ച് നിൽക്കുന്ന വാഴ.

വെട്ടുന്നതല
ഉടലും തലയും വേറെ....
—കടൽ കടക്കുന്ന കാക്ക.
ഇനി. മഴയത്തെ കുടയും
“വാഴകൈയ്യിലെ” ഏകാദശി വ്രതവും
കിണറ്റിലെ തവളകൾക്ക് മാത്രം
നിധികൾ കരകടന്നവർക്കും.

‘മുറ്റത്തെ മുല്ലക്ക് മണമില്ല’ ചൊല്ല്.
മലയാളം-മലയാളികൾക്കോ
പറയാൻ അറയ്ക്കുന്ന
വഴങ്ങാത്ത നാവിലെ ‘അശ്ലീലം’
‘മലയാലം’
വിഴുങ്ങാനോ വയ്യ ‘മലിനം’
അലറാം....
‘മുല്ലപ്പെരിയാർ’
അലാറം... ‘ഷട്ട് അപ്പ്”

- ഇനി മിണ്ടിപ്പോകരുത്. ●

---

1 56- മലയാളം അക്ഷരങ്ങൾ

രണ്ട്: എമർജിംഗ് മലയാളി

മണ്ണപ്പം ചുട്ട് കളിച്ച മണ്ണിനെ മറന്ന്
പത്തായം തുരന്ന് വിത്തെടുത്ത് കുത്തി
വിണ്ണിൽ വിതച്ച്, ആകാശകോട്ടകെട്ടുന്നവർ.
മറിമായത്താൽ 'മറുകുകൾ മായ്ച്ച്
മുറം നിറഞ്ഞുള്ള മുറ്റം മറന്ന് മറുകണ്ടം ചാടി
മുറെ മുറെ 'Lays' കൊറിക്കുന്നവർ.
മുറിനിറച്ച് മേനി ചമയുന്നവർ
മേനിനിറയെ പൊന്നണിഞ്ഞ്
പൊന്നോണം വിറ്റ് കാശാക്കി
കൺകെട്ട് വിദ്യകാട്ടുന്നവർ.

ല:
മലകൾ... നെഞ്ചുകൾ തുരന്നെടുക്കുന്ന മുലകൾ
വെറും മൺതരികൾ... നിലവിളികൾ.
പുഴകൾ, ചുഴികൾ... നുണക്കുഴികൾ
പൂഴിമാന്തിയ തേങ്ങലുകൾ.
ഒഴുക്ക് മുട്ടി- വരൾച്ചയിൽ മുങ്ങിതാഴുന്ന
കരഞ്ഞ് കലങ്ങിയകണ്ണുകൾ
അഴുക്കിന്റെ പാഴ് കൂമ്പാരങ്ങൾ....
അഴുകാത്ത പ്ലാസ്റ്റിക്ക് തിട്ടകൾ; അഴിയാക്കുരുക്കുകൾ.
'ലോൺ' മേളകൾ.

യാ: •അറ'ബി'ക്കഥയിലെ കപ്പലുകൾ നീന്തിയ
•അറബികടലിലെ ഓളങ്ങൾ.
ആഴങ്ങളിൽ നിന്ന് വീണ്ടെടുക്കുന്ന 'മഴ'
(കടലിലേക്കെറിഞ്ഞ് കരവീണ്ടെടുത്ത് തന്നെ)

അരിഞ്ഞ് വീഴുന്ന പ്ലാവുകൾ, മാവുകൾ
ആരോമൽ (ചതി) ചേകവന്മാർ
ആകാശം മുട്ടെ ഫ്ലാറ്റുകൾ, ഷെയർ മാർക്കറ്റുകൾ.

അമ്മയെ പണയംവെച്ച്
ആധാരം തീറെഴുതി
കടമെടുത്ത് മുടിച്ചും
അടിപ്പാവാട മോടികൂട്ടുന്നവർ.
'ജപ്തി'നോട്ടിസെത്തി, അടുപ്പിൽ തീ കൂട്ടാനാവാതെ
നട്ടം തിരിഞ്ഞ്, ഇരുട്ടിൽ തപ്പി തടയുന്നവർ.
അമ്മമാരുടെ ഒക്കത്ത് നിന്ന് ചാടി
അച്ഛന്മാരുടെ മുതുകത്ത്
ആനന്ദനൃത്തം ചവിട്ടുന്ന മക്കൾ- താന്തോന്നികൾ...
ആരച്ചാർ മാർ, കൂട്ടിക്കൊടുപ്പുകാർ
മണ്ണും, വയലും, വെള്ളവും
പെണ്ണിന്റെ മാനവും വിറ്റ് തുലച്ച്
കപ്പം പങ്കിട്ടെടുക്കുന്ന റിയാലിറ്റി ഷോകൾ നടത്തുന്ന
'റിയൽ എസ്റ്റേറ്റ് ബ്രോക്കർമാർ'

ളം: ഒളിനോട്ടം, മഷിനോട്ടം മനുഷ്യദൈവങ്ങൾ - അടയാളങ്ങൾ
ആനപ്പുറത്തെഴുന്നെള്ളിപ്പ് ' ഗോഷ്ടി'കൾ
പൊയ്ക്കാൽ കുതിരകൾ, പൊടിപൂരങ്ങൾ
കുതികാൽ വെട്ടലുകൾ- വെട്ടിനിരത്തലുകൾ
എക്സ്ചെയിഞ്ച് മേളകൾ.... ഡിസ് കൗണ്ട് മേളകൾ.

ആചാരവെടികൾ; വെടിപറച്ചിലുകൾ
നിറംപിടിപ്പിച്ചനുണകൾ- തരിവളക്കിലുക്കങ്ങൾ.
പീളകെട്ടിയ കണ്ണുകൾ- മുക്കണ്ണൻ ചിരട്ടകൾ, കൂത്താടികൾ.
വിടർത്തിയാടും മയിൽപീലികൾ- 'വിസ്മയ' പാർക്കുകൾ
തെങ്ങുകളിലെ കള്ള് കുടങ്ങൾ.
'നുണപോലെ കമിഴ്ത്തിയനിറകുടങ്ങൾ'
-നുരഞ്ഞ് പൊങ്ങും ലഹരികൾ- ബാറുകൾ
വിഭവസമൃദ്ധം സദ്യകൾ വിവാദങ്ങൾ

കണികൊന്ന മറന്ന് കണിവെള്ളരിവെട്ടി
വിഷുവിന് വയലുകളിൽ
ഷെയർ മാർക്കറ്റുകൾ വിളയിച്ച്
വിഷ(നിറ)പൂക്കളുടെ അമിട്ടുകൾ പൊട്ടുമ്പോൾ
വെളുവെളുക്കനെ ഉത്സവ ചിരി ചിരിക്കുന്നവർ.
വെച്ചൂരി പശുക്കിടാങ്ങളേയും
തവളക്കണ്ണൻ പുഞ്ചപ്പാടവും തിരുവാതിരഞാറ്റ് വേലയും
കുരുമുളകിനും, കശുവണ്ടിക്കുമൊപ്പം
കരകടത്തും- കണ്ടെയ്നർ ടെർമിനലുകൾ.
ഒടുവിൽ-കവിതകളേയും. ●

നാണക്കേടുകൾ

മുതുകിൽ മർദ്ദനത്തിന്റെ
ഭാണ്ഡമേറുമ്പോൾ...
ഭാരമേൽക്കുമ്പോൾ...
നാം നട്ടെല്ലുകൾ നിവർത്തി.
പ്രതിരോധത്തിന്റെ കോട്ടപണിയണം.

ചവിട്ടടികൾ ഓരോന്ന് മുന്നേറുമ്പോഴും
കഴുത്ത് ചായ്ക്കേണ്ട ബലിപീഠമോ
അറക്കുന്ന വാൾത്തലയുടെ മിനുമിനുപ്പോ അല്ല,
വിജയത്തിലേക്കുയരുന്ന ശിരസ്സുകളും
അലങ്കരിക്കുന്ന കിരീടങ്ങളുടെ മിന്നൽ വെട്ടവുമാണ്
കൊടിക്കൂറകളായി
നമ്മിലുയരേണ്ടത്

പഴമയുടെ ചരടുകൾ പിന്നോട്ടെത്ര വലിച്ചാലും
കാലത്തിന്റെ പടവുകൾ കയറി
വളർച്ചയുടെ ചരിത്രം
മുന്നോട്ട് മാത്രമേ പോയിട്ടുള്ളൂ

അതില്ലെങ്കിൽ
നമ്മുടെ മുമ്പിലും പിമ്പിലുമായി
തൊങ്ങലുകൾ പോലെ തൂങ്ങിയാടുന്ന
കോണകവും വാലുംകൊണ്ട്
നമ്മുടെ നാണത്തെ മറച്ചുവെക്കാൻ നമുക്കാവില്ല

കണ്ണാടികൾ ഉടഞ്ഞാലും
മിനുക്കാത്ത മുഖങ്ങളിലൂടെ
നമ്മുടെ “സ്വത്വം” വീണ്ടെടുക്കണം ചങ്ങാതികളെ— ●

“ചവിട്ട്കിട്ടുമ്പോഴും വാലാട്ടുന്ന വിനയമുണ്ടല്ലോ – അതാണ് നിന്റെ ശത്രു.”
സച്ചിദാനന്ദൻ

സ്റ്റെതസ്കോപ്പ്

കുഞ്ഞുനാളിൽ
സമ്മാനം കിട്ടിയ മയിൽപ്പീലിയും.
വൈദ്യനാകുമ്പോൾ
കഴുത്തിലണിയുന്ന 'സ്റ്റെതസ്കോപ്പും'
ഉമ്മവെച്ച് പറയുന്നു
'മറക്കാതിരിക്കുക സ്നേഹം'
-അമ്മിഞ്ഞപ്പാലിന്റെ മണം.

ഹിസ്റ്റോളജി ലാബിലെ
ഓയിൽ ഇമേർഷൺ ഐപീസിലൂടേയും
മെഡിസിൻ വാർഡിലെ
കൃഷ്ണമണികളിൽ ടോർച്ചടിച്ച
CNS പരിശോധനകൾക്കിടയിലും
ഉച്ചമയക്കത്തിന്റെ കണ്ണുമിഴിക്കാത്ത
ബോറൻ തിയറി ക്ലാസ്സുകളിലും
കൺ കോണുകളിലൂടെ
അവർ പരസ്പരം കൈമാറിയതും
ഇത് തന്നെയാണ്

ചേതനയില്ലെന്ന് നിനച്ച്
കാഷ്വാൽറ്റിയിലെത്തിച്ച മനുഷ്യൻ
രംഗബോധമില്ലാത്ത കോമാളിയെ തോൽപ്പിച്ച്
കണ്ണു തുറന്നപ്പോൾ പറയാൻ ശ്രമിച്ചതും,
കൈകാലിട്ടടിച്ച്, പിടഞ്ഞ്
അമ്മതൻ മടിയിൽ നിലച്ച

മകന്റെ ചുണ്ടുകൾ പറയാൻ കൊതിച്ചതും,
അത് കണ്ട് കണ്ണുകൾ നനഞ്ഞ
നമ്മൾ പരസ്പരം പറഞ്ഞതും
ഇതു തന്നെ
'മറക്കാതിരിക്കുക സ്നേഹം' ●

പ്ലാവ്

പിതാമഹന്റെ കൈ വിരലുകളാൽ
മണ്ണിൽ പൂഴ്ത്തിയ മഹാകാവ്യം.
അണമുറിയാതെ പെയ്യുന്ന
കർക്കിടക വറുതിയിൽ
ആളിക്കത്തുന്ന വിശപ്പിന്റെ
വെള്ളപ്പൊക്കം നീന്തി കടന്നതും;
ചക്കക്കുരു ചുട്ടു തിന്നതും;
വേനലിൽ ഉണക്കി കാത്തുവെച്ചതും
ഓർമ മാത്രമല്ല മലയാളിക്ക്...

'പുറത്തു മുള്ളും അകത്തു കായും'
മനുഷ്യർക്കു നേർ വിപരീതം.
വേണമെങ്കിൽ വേരിലും കായ്ക്കുന്ന ചക്ക;

പ്ളാവില കുമ്പിളിൽ കഞ്ഞി,
പഴുത്ത ചക്കയുടെ മണം-
ഈച്ചകൾക്കും അണ്ണാനുമൊപ്പം
മനുഷ്യർക്കും വായിൽ കപ്പലോട്ടം.

പ്ലാവില കുട്ടി തീ കായുന്ന ധനുമാസപ്പുലരികൾ
മഞ്ഞു രാത്രികളിലെ തിളപ്പിച്ചെടുത്ത ചുക്കു കാപ്പികൾ
'കുട്ടൻ ആടിന്റെ ആർത്തി പച്ച ഇലകൾ'

പ്ലാവിൻ ചോട്ടിലെ തണലുകളിൽ
നിഴലുകളും കുഴിയാനകളും
മുക്കണ്ണൻ ചിരട്ടകളിലെ

കല്യാണ സദ്യകളും, കലഹങ്ങളും
അവസാനം പൂരം നാളിലെ
കാമദേവന്റെ തിരു എഴുന്നെള്ളിപ്പുകളും
പൂക്കടകളും ഉപ്പുതൊടാത്ത പാൽപായസവും

ഒറ്റ വെട്ടിനു രണ്ടു മുറി.
'വെളുഞ്ഞീർ' മുറിപാടിലെ വെളുത്ത ചോര
അടർത്താൻ പറ്റാത്ത ബന്ധങ്ങൾ
ആത്മാവിൻ ബന്ധനങ്ങൾ
അമ്മയുടെ വെളിച്ചണ്ണ ലേപനങ്ങൾ...

കാതലിന്റെ മഞ്ഞവസ്ത്രം.
ഗണപതി ഹോമത്തിന്റെ അഗ്നി.
ചക്ക കറി കൂട്ടി കഞ്ഞികുടിച്ച ആവണിപലക.
അനിയത്തി വീട്ടിലെ കട്ടില
പ്ലാവിൻ കൊമ്പിൽ
അവധി ആഘോഷങ്ങളുടെ ഊഞ്ഞാലാട്ടം....
1,2,3,4,5,6...100,101
ഒടുവിൽ കയർ പൊട്ടി വീണ
കൈ ഒടിഞ്ഞു കിടന്നതും
പ്ലാവിന്റെ കട്ടിലിൽ തന്നെ...
ജീവിതം ആടിതീർത്തതും.

വസൂരിപൂത്തപ്പോൾ

'വണ്ണാത്തികുണ്ടിൽ' കാക്കക്കുളിക്ക് പോലും വെള്ളമില്ലാത്ത
'പാറക്കടവിൽ' കാക്കകാലിന്റെ തണലുപോലുമില്ലാത്ത
പൂവാലി ചാണകമെഴുതിയ വീട്ടുമുറ്റങ്ങളിൽ പ്രതിഷ്ഠിച്ച
'കുന്നിക്കുരു' കണ്ണുകളിൽ കാമന്മാരടക്കം
പ്രപഞ്ചത്തിലെല്ലാവരും (കുറിഞ്ഞിപൂച്ചയടക്കം)
ഉച്ചയുറക്കത്തിലാണ്ടു;
തലക്ക് മുകളിൽ സൂര്യൻ മാത്രം കത്തിനിന്ന
മീനമാസമദ്ധ്യാഹ്നത്തിൽ-
കുട്ടിതന്റെ സ്വപ്നത്തിന്റെ ജനവാതിലിലൂടെ പുറത്ത് കടന്നു.
-വെയിലിന്റെ അലകളായ പടവുകളിലൂടെ
'എരുക്കിൻ' തുഞ്ചത്ത് നിന്ന് തോട് പൊട്ടിച്ചിറങ്ങുന്ന
അപ്പൂപ്പൻ താടി പോലെ, നിലം തൊടാതെ
നിരനിരയായി അപ്പൂപ്പന്മാരും, അമ്മൂമ്മമാരും
വടികുത്തി നടന്ന് പോയ നാട്ടുവഴികളിലൂടെ...
വെള്ളക്കൊട്ട, കാതിയമ്പു, അപ്പഞ്ഞൻ അച്യുതൻ
ഉണ്ണൂലി, മാണിക്യം, ചപ്പില, പാറുവമ്മ[1]
വെള്ളി മേഘങ്ങൾക്കൊപ്പം ഒരു സ്വപ്നംപോലെ
ഭാരമില്ലാതെ കുട്ടിസ്വർഗ്ഗത്തിലേക്ക് നടന്നു.

—മുരിക്കിൻ പൂക്കൾ ചൂടിയ പതിനെട്ടപ്പ്സരസുകൾ
അരമണികൾകിലുക്കിയവന് ചുറ്റും നൃത്തം ചെയ്തു.
-കുളിച്ച് ഈറനടുത്ത ഋതു മതികളാകാത്ത കന്യകകൾ
കുരവയിട്ട്കൊണ്ട് ഓരോ പടവുകളിലും
അവന്റെ പാദങ്ങളിൽ (പുല്ലാനി) പൂക്കൾ വിതറി.
മഴവില്ലിന്റെ വാതായനത്തോട് കൂടിയ
സ്വർഗ്ഗപടിവാതിൽക്കലെത്തിയപ്പോൾ

പതിനെട്ടാമംഗവു മുറഞ്ഞാടി അപ്സരസുകൾ കുഴഞ്ഞു വീണു.
ചെവിട്ടിൽ കുഴൽവിളികളും, ചെണ്ടമേളവും ഇടിമുഴക്കി
കുട്ടിതന്റെ പനിക്കിടക്കയിൽ നിപതിച്ചു.
രക്തകുഴലുകളിലെ മലവെള്ളപ്പാച്ചലിൽ
പ്രാണന്റെ വേരുകൾ കടപുഴക്കി
രോഗബീജങ്ങൾ പെരുകിയൊഴുകി
സിരകളിൽ കൈകൊട്ടികളി തുടങ്ങി.
(ഓർമ്മകളിലെ ക്ലവേരിപുഴയിലെ മഴവെള്ളപാച്ചലിൽ
പൊര്യൻ ഒതേനനും[2] ഇങ്ങനെയാന്നൊഴുകി പോയത്)

[illegible] 'ചല'[illegible] ഇല്ലാത്ത പ്രതലങ്ങളിൽ
'വസൂരി' യുടെ പൂക്കൾ നീറിവിടർന്നു.
പൂവിതളുകളിൽ ചുവപ്പണിഞ്ഞ 'വെളിച്ചപ്പാടുകൾ'
അരമണികളും വാളും ചിലങ്കകളുമായി ഉറഞ്ഞാടി
മഞ്ഞൾ പൊടി വിതറി, പരസ്പരം തലവെട്ടിപ്പൊളിച്ചു.
കുട്ടി മറവിയുടെ ഉറക്കത്തിലാണ്ട് പോയി.
അടുത്ത പുലരിയിൽ, കാലനെപോലെ
പൂവൻ കോഴി നേരത്തെ ക്കുവിയപ്പോൾ
നവവധുപോൽ ളുവെള്ളയണിഞ്ഞ് പൂത്തുനിന്നപാലമരച്ചോട്ടിൽ
പൂമണത്തോടൊപ്പം
കൊഴിഞ്ഞപൂക്കളും, പൂവട്ടിയും (കുരിയ)[3] മാത്രമവശേഷിച്ചു.

കുട്ടിമണ്ണപ്പം ചുട്ട് കളിച്ച പ്ലാച്ചുവട്ടിൽ
കടലാകാനൊരുതുള്ളി വെള്ളമില്ലാതെ
മുക്കണ്ണൻ ചിരട്ടികളിലുറുമ്പുകൾ മുങ്ങിച്ചത്തു.

കടലാസ്സ് തോണിപോലുമില്ലാതെ
കരനീന്തി കുഴിയാനകളക്കരകടന്നു.
കുട്ടി എണ്ണി പഠിച്ച മഞ്ചാടിക്കുരുക്കൾ
ചിറകറ്റ മഴപ്പാറ്റകളായി
മണ്ണിനടിയിൽ കണ്ണുചിമ്മി
ആകാശം കാണാത്ത നക്ഷത്രങ്ങളെപ്പോലെ
മച്ചിങ്ങവണ്ടിയും, ഈർക്കിലികണ്ണടയും
അമ്മിക്കല്ലും, പ്ലാവിലത്തൊപ്പിയും
ഉത്സവം കഴിഞ്ഞ പറമ്പ് പോലെ ചിതറിക്കിടന്നു.

-പ്ലാവിലയിൽ പായസവുമായി അമ്മകാത്തിരുന്നു
നെഞ്ചത്തൊരു തിരിവിളക്ക് കത്തിനിന്നു.
നാരായണാ.....നാരായണാ....

വർഷം തോറും
കുട്ടി അവശേഷിച്ചിരിപ്പില്ലാത്ത
ഭൂമിയിൽ പിന്നെയും
തെങ്ങോല പന്തലുകൾക്ക് കീഴിൽ
പൂരകളി തുടരുന്നു...
തിത്തോ.... തരികിട... തിത്തി തെയ്... തെയ് ●

1 ചെറുപ്പത്തിൽ 1960-70 കളിൽ കുവേരിയിലെ എന്റെ അറിവിൽപ്പെട്ട മുത്തച്ഛൻ-മുത്തശ്ശിമാർ.
2 ഉന്മാദാവസ്ഥയിൽ പുഴയിൽ ജീവനൊടുക്കിയ കുവേരിക്കാരൻ.
3. ' കണിയാൻ' ജാതിയിൽപെട്ടവർ കൈതോലയിൽ മെയ്യെട്ടുക്കുന്ന 'കുരിയ'യിലാണ് പൂരത്തിന് പൂവുകൾ ശേഖരിക്കുക (പാലയാട് ഭാഗത്തുള്ള ചിരുതേയിയെസ്മരിക്കുന്നു)

കുറിപ്പ്

വർഷങ്ങൾക്ക് 'മുമ്പ്' ഒരു പൂരക്കാലത്ത് 'ചിക്കൻപോക്സ്' 'കിടക്കയിൽ നിന്ന്' മനസ്സിൽ വന്നവരികളാണവ- പുല്ലാനി, മുരിക്ക്, പാല തുടങ്ങിയ പൂക്കളും 'കാമന്മാരും വടക്കേ മലബാറിലെ അനുഷ്ഠാനമായ പൂരത്തിന്റെ ഭാഗമാണ്.

ഭൂമിയിലെ രാജാക്കന്മാർ

ഹിരോഷിമ ആഗസ്റ്റ് 6
അന്ന് പ്രഭാതം പൊട്ടിവിടർന്നത്
പകലിന്റെ മരണവാർത്തയുമായാണ്
ചുമന്ന വെയിലിന്
ചോരയുടെ കട്ടം തണുപ്പായിരുന്നു.
പെയ്ത കാറ്റിന്
ചുടലയുടെ കരിഞ്ഞ മണമായിരുന്നു

സൂര്യൻ കറുത്ത് നിന്നു!
വഴിവിളക്കുകളുടെ കണ്ണുകളുടഞ്ഞു
തെരുവിൽ നായ്ക്കൾപോലുമില്ല.
അടച്ചിടപ്പെട്ട ആശുപത്രിമുറ്റങ്ങളിൽ
ആംബുലൻസുകൾ അലമുറയിട്ടു.

കറുത്ത ഇരുട്ടിനെ കറന്ന്
പാൽക്കാരൻ പാത്രങ്ങളിലാക്കി-
തുറക്കാത്ത ഗെയ്റ്റിന്റെ ഇരുമ്പഴികളിൽ തൂങ്ങി
അവ പാക്കറ്റുകളിൽ ആത്മഹത്യ ചെയ്തു.

ടെലിവിഷനുകൾ കൺ തുറന്നതില്ല
ആൻറിനകളിൽ കാക്ക കരഞ്ഞതില്ല
'ടവറുകളുടെ' മരങ്ങൾ നിലം പൊത്തി വീണു
ദേശാടനക്കിളികൾ (Mobile) ചിറകൊടിഞ്ഞു മൗനത്തിലാഴ്ന്നു
നാദങ്ങൾ, സന്ദേശങ്ങൾ- മുങ്ങിച്ചത്ത വിലാപങ്ങളായി,
പ്രണയങ്ങളനാഥ ശവങ്ങളായി.

ഇറയത്ത് വീണ പത്രവാർത്തകൾ
വിമാനം വർഷിച്ച ബോംബുകൾ പോലെ
പുകഞ്ഞുകൊണ്ടേയിരുന്നു...
അവയെടുത്ത് നിവർത്താൻ
വരാന്തയിലൊരുകുട്ടിപോലും ഉണർന്ന് വന്നില്ല.

വാതിലുകൾ തുറന്നതില്ല.
വീടുകൾ
ചരിത്രസ്മാരകങ്ങളായി
മനുഷ്യരോ...?
ഫോസിലുകൾ....!! വെറുംകരിക്കട്ടകൾ!!
നോക്കുകുത്തികൾ ഭൂമിയിലെ രാജാക്കന്മാരുമായി. ●

മാതൃഭൂമി

സ്വാതന്ത്ര്യ സമരസേനാനി മരിച്ച നിലയിൽ

കാസർകോട് : മല ജോലി ചെയ്യുന്ന വേ മൃതദേഹത്തിലുണ്ടാ
പ്പുറം ജില്ലയിലെ തേ ലായുധൻ നായരുടെ യിരുന്നു.
ഞ്ഞിപ്പാലം സ്വദേശി മകൾ പ്രേമലതയുടെ വ്യാഴാഴ്ച വേലായുധൻ
യും സ്വാതന്ത്ര്യസമര വിലാസത്തിൽ നട നായരെ കാസർകോ
സേനാനിയുമായ വേ ത്തിയ അന്വേഷണ ട്ട് കണ്ടുവരുണ്ട്. വാച്ച്
ലായുധൻ നായർ (60) ത്തിലാണ് ജഡം തി പണയം നൽകാമെ
കാസർകോട് കടപ്പുറ രിച്ചറിഞ്ഞത്. ബന്ധു ന്നുപറഞ്ഞ് ഒരു സ്റ്റാ
ത്ത് മുനിസിപ്പൽ കൾ ക്കൾ കാസർകോട്ടേ മ്പ് വേണ്ടറോട് വാ
വർട്ടിന് മുകളിൽ മരിച്ച യ്ക്ക് തിരിച്ചിട്ടുണ്ട്. യ്യ ചോദിച്ചിരുന്നു. വാ
നിലയിൽ കണ്ടെത്തി. മലപ്പുറം കലക്ടറേറ്റിൽ ച്ച് ജ്യാമ്യം വാങ്ങാതെ
മൃതദേഹത്തിലുണ്ടാ നിന്ന് പരേതന് സ്വാ തന്നെ പണം കൊടുക്ക
യിരുന്ന മാതൃഭൂമി തന്ത്ര്യസമര പെൻ കയും ചെയ്തു.
പത്രത്തിൽ കാലിക്ക ഷൻ അനുവദിച്ചതി
റ്റ് യൂനിവേഴ്സിറ്റിയിൽ ന്റെ സർട്ടിഫിക്കറ്റും

സ്വാതന്ത്ര്യത്തിന്റെ ബാക്കി പത്രം

മലയാളവും കന്നഡയും ആശ്ലേഷിച്ച്
സൗഹാർദ്ദത്തിന്റെ യക്ഷഗാനപ്രവാഹവുമായി
ചന്ദ്രഗിരിപ്പുഴ ഒഴുകിക്കൊണ്ടിരുന്നു.
ബേക്കൽക്കോട്ടയുടെ ചരിത്രമുറങ്ങുന്ന ചവിട്ടുകല്ലുകളിൽ
കബഡി കളിക്കാർ കടലലകളുമായി സംഘം ചേർന്നിട്ടും
പുഴ ഒന്നും അറിഞ്ഞ ഭാവം കണ്ടില്ല

പുകയിലമണത്തിന്റെ കുതിരപ്പുറത്തേറി
കുടജാദ്രിയിലേക്ക് കുതിച്ചുപായുന്ന കാറ്റ്
അമ്മകവുങ്ങുകളിലള്ളിപിടിച്ചുറങ്ങുന്ന അടയ്ക്കാകുഞ്ഞുങ്ങളോട്
ഒന്നും അടക്കം പറഞ്ഞില്ല.
കോൺക്രീറ്റ് വനങ്ങളിൽ ആരും തപസിൽ നിന്നുണർന്നില്ല.
അതിർത്തികൾ കീറി മുറിക്കുന്ന കറുത്ത പാതകളിലൂടെ
പൊടി പടർത്തി കാറുകൾ കടന്നുപോയി.
വെളുത്ത ആകാശത്തിൽ സൂര്യൻ കത്തി നിന്നിട്ടും
കണ്ണുകൾ നാലും തുറന്നു വച്ചിട്ടും
അവരുടെ കണ്ണിൽ ഒറ്റകരട്ടും പെട്ടില്ല.
എല്ലാവരാലും ആട്ടി പുറത്താക്കപ്പെട്ട
എച്ചിലിനായി അലയുമ്പോഴും കല്ലുകളാൻ സ്വീകരിക്കപ്പെടുന്ന
ഒരു തെണ്ടിനായ മാത്രമാണ് മണം പിടിച്ചത് കണ്ടത്
'കലുങ്കിൽമേൽ ഒരു ശരീരം ചലമറ്റ് കിടക്കുന്നു.
ചരടറ്റ് വീണ പട്ടം പോലെ;'
ഇനിയും എന്തോ വിളിച്ച് പറയാനുറച്ചത് പോൽ.
പടവാളായി ഉയർന്നിരുന്ന വരണ്ട നാവു നീട്ടി
വായയരിറ്റു വെള്ളത്തിനായി തുറന്നിരിക്കുന്നു.

വിലക്കുകൾക്ക് മുകളിൽ വിൽപ്പാട്ടായുയർന്ന ശബ്ദങ്ങൾ
കൊഴിഞ്ഞ ചിലങ്ക മണികളായ് മണലിലാഴ്ന്ന് കിടക്കുന്നു.
കൽത്തുറുങ്കിനെ ഭേദിച്ച കാരിരുമ്പിന്റെ ശക്തിയിപ്പോൾ
കൈകളിൽ ചിറകൊടിഞ്ഞ് തൂങ്ങിയാടുന്നു.

താൻ പടപൊരുതി നേടിയ സ്വാതന്ത്ര്യത്തിന്റെ ഭൂമിയിൽ
ദാരിദ്ര്യത്തിന്റെ ചവിട്ടടികൾ അളന്ന്
ദീർഘദൂരങ്ങൾ താണ്ടി
ഒടുവിലാ കുചേലൻ തളർന്നുവീണതീകടൽതീരത്താണ്.
(ചവിട്ടടിപാടുകൾ തിരക്കിട്ട ജനക്കൂട്ടം ചവിട്ടിമായ്ച്ചിരുന്നു)
തനിക്കുള്ളതെല്ലാം നാടിന് തീറെഴുതിക്കൊടുത്ത
പരേതന് വരദാനമായി നൽകാൻ
വിളഭൂമിയിൽ തിമിർത്താർത്ത് മദിക്കുന്ന നമുക്ക്
നഗരമാലിന്യങ്ങൾ അടിയിലൂടെ ഒഴുകുന്ന
ആറടി കോൺക്രീറ്റ് പരവതാനി മാത്രം.

"മാതൃഭൂമി"യിൽ നിന്നും സ്വാതന്ത്ര്യത്തിന്റെ സന്തതികൾ
വിലപിച്ചെത്തുമ്പോഴും
ത്രിവർണ്ണപതാകയുമേന്തി "ഭാരത് മാതാ കി ജയ്" വിളിച്ച്
ഉടുത്ത കൈത്തറി വസ്ത്രത്തിന്റെ കീശയിൽ
മോഷ്ടിക്കപ്പെടാതെ കിടന്ന
'സ്വാതന്ത്ര്യ സമരസേനാനി' എന്ന സാക്ഷ്യപത്രം മാത്രം
ശേഷം വെച്ചയാൾ സ്വർഗത്തിലേക്ക് കടന്നുപോയിരുന്നു. ●

പോസ്റ്റ്മോർട്ടം

തിളക്കുന്ന ചുകന്ന രക്തക്കടൽ
പെറ്റ് പെരുകുന്ന ത്രികോണ ജ്യാമിതിയുടെ
മൂർച്ചയുള്ള അരികുകളുടെ തീരങ്ങൾ
ഞാനെന്റെ വേദനയൊലിക്കുന്ന മുറിവുകളുമായി
തിരകളുമൊത്ത് കെട്ടിമറിയട്ടെ!

ശരീരത്തിൽ പൊട്ടിമുളക്കുന്ന
തൃഷ്ണകളേയും ഗൃഹാതുരത്വങ്ങളേയും
ദൈനംദിനപരാധീനതകളാലറുത്തുമാറ്റി
ഗൗളി വാലുകൾപോലെ പിടയുന്ന
അവയെ
രാപ്പകലുകളുടെ കൺപോളകൾ തുറന്ന്
വെറുങ്ങലിച്ച് നോക്കിനിൽക്കുന്ന
നനഞ്ഞ പൂച്ചയാണ് ഞാൻ

വിളക്കുകൾ പോലെ മുനിഞ്ഞുകത്തുമ്പോഴും
ഇരുട്ടിൽ തപ്പിത്തടയുന്ന എനിക്ക്
തലച്ചോറിലെ എറുമ്പുകളുടെ ഘോഷയാത്രകളേയും
നെഞ്ചിലെ മഴപ്പാറ്റകളുടെ ചിറകടികളേയും
നട്ടുച്ചവെയിൽ പോലനുഭവിച്ചറിയാനാകുന്നു.

അങ്ങിനെയാണ്
ആത്മാവിൽ പുഴുക്കളെരിക്കുന്നതിന് മുമ്പേ
എന്റെ ശരീരത്തിലൂടെ
ചൂളം വിളിച്ചൊരു തീവണ്ടി കടന്ന് പോയത്. ●